escola - ilé-ìwé	2
viagem - ìrìn àjò	5
transporte - ọkọ̀	8
cidade - ìlú	10
paisagem - ẹlẹ́bùú	14
restaurante - ilé oúnjẹ	17
supermercado - ibi ìtajà	20
bebidas - ohun mímu	22
comida - oúnjẹ	23
fazenda - oko	27
casa - ilé	31
sala de estar - yàrá ìgbé	33
cozinha - ilé ìdáná	35
banheiro - ilé ìwẹ̀	38
quarto de criança - yàrá ọmọdé	42
vestuário - aṣọ	44
escritório - ọfisi	49
economia - ọrọ̀ ajé	51
profissões - àwọn iṣẹ́ ààyò	53
ferramentas - àwọn irinṣẹ́	56
instrumentos musicais - àwọn irinṣẹ́ orin	57
zoológico - ibi ẹranko	59
esportes - àwọn eré ìdárayá	62
atividades - àwọn iṣẹ́	63
família - ẹbí	67
corpo - ara	68
hospital - ilé ìwòsàn	72
emergência - pàjáwìrì	76
Terra - Ayé	77
relógio - aago	79
semana - ọ̀sẹ̀	80
ano - ọdún	81
formas - àwọn ìrísí	83
cores - àwọn àwọ̀	84
opostos - òdì	85
números - nọ́mbà	88
idiomas - àwọn èdè	90
quem / o quê / como - tani / kínni / báwo	91
onde - níbo	92

Impressum
Verlag: BABADADA GmbH, Nedderfeld 112 , 22529 Hamburg
Geschäftsführer / Verlagsleitung: Harald Hof
Druck: Books on Demand GmbH, In de Tarpen 42, 22848 Norderstedt

Imprint
Publisher: BABADADA GmbH, Nedderfeld 112 , 22529 Hamburg, Germany
Managing Director / Publishing direction: Harald Hof
Print: Books on Demand GmbH, In de Tarpen 42, 22848 Norderstedt

escola
ilé-ìwé

- sala de aulas / yàrá ìkàwé
- dividir / pínpín
- quadro / pẹpẹ
- pátio da escola / yáàdì ilé-ìwé
- professor / olùkọ́
- papel / pépà
- escrever / kọ̀wé
- caneta / kálàmù
- escrivaninha / dẹsíkì
- régua / rúlà
- livro / ìwé
- aluno / akẹ́kọ̀ọ́

sacola
òrá

estojo de lápis
àpò pẹnsuru

lápis
pẹnsuru

apontador de lápis
olùgbẹ́ pẹnsuru

borracha
rọ́bà

bloco de desenho
bọ́tìnnì yíyàwòrán

desenho
yíyàròwán

pincel
buróṣi ọ̀dà

estojo de tintas
àpótí ọ̀dà

tesoura
sisọsi

cola
gúlù

livro de exercícios
ìwé iṣẹ́

lição de casa
iṣẹ́ àmúrelé

número
nọ́mbà

somar
àfikún

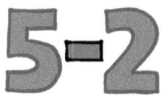

subtrair
àyọkúrò

multiplicar
ìsọdipúpọ̀

calcular
ṣírò

letra
lẹ́tà

alfabeto
alábídí

palavra
ọ̀rọ̀ síso

escola - ilé-ìwé

texto
òrò kíkọ

ler
kàwé

giz
ṣọ́ọkì

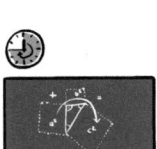
hora
ìkẹ́kọ́ọ́

registro da classe
forúkọsílẹ̀

exame
ìdánwo

certificado
ìwé-ẹ̀rí

uniforme escolar
aṣọ ilé-ìwé

educação
ẹ̀kọ́

enciclopédia
ìwé ìmọ̀

universidade
yunifasiti

microscópio
ẹ̀rọ gbohùngbohùn

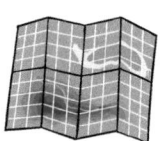
mapa
àwòrán àgbáyé

cesto de lixo
agbọ̀n ìdalẹ̀nù

escola - ilé-ìwé

viagem
ìrìn àjò

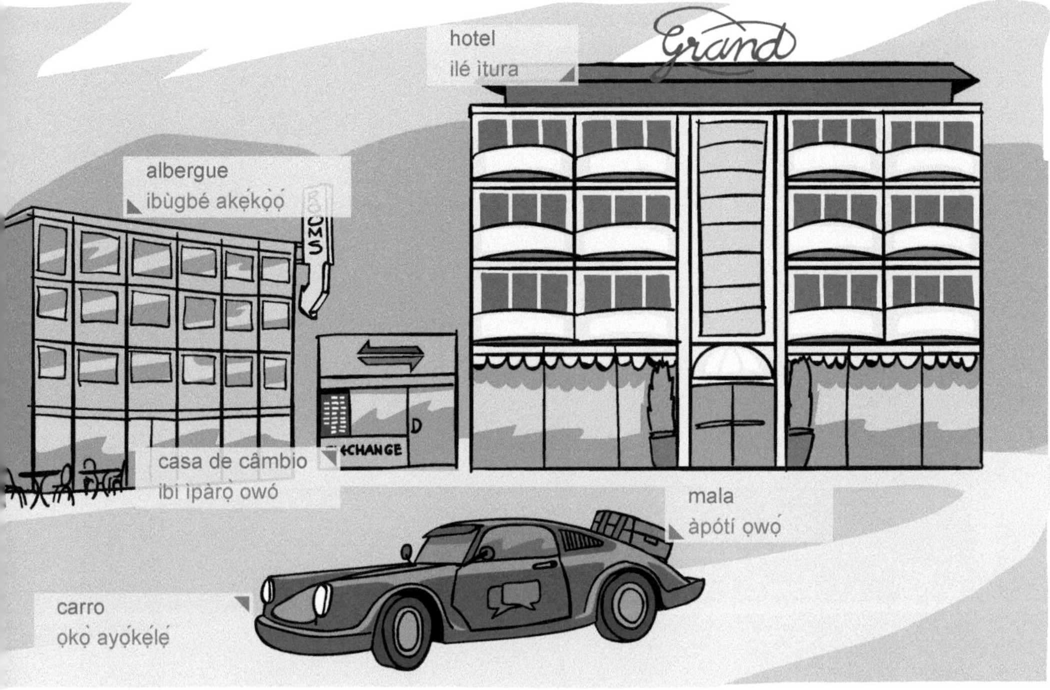

hotel
ilé ìtura
Grand
albergue
ibùgbé akẹ́kọ̀ọ́
ROOMS
casa de câmbio
ibi ìpàrọ̀ owó
mala
àpótí ọwọ́
carro
ọkọ̀ ayọ́kẹ́lẹ́

idioma

....

èdè

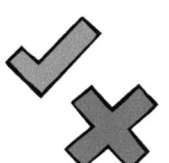

sim / não

....

bẹ́ẹ̀ni / bẹ́ẹ̀kọ́

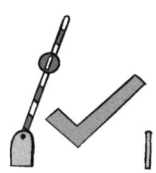

ok

....

Ó dára

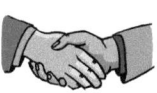

Olá

....

ẹpẹ̀lẹ́

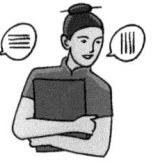

tradutor

....

olùtúmọ̀ èdè

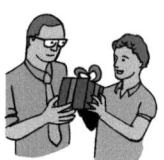

obrigado

....

O ṣeun

 quanto custa...? èló ni... ?	 eu não entendo Kò yé mi	 problema ìṣòro
 boa noite! Ẹ káalẹ́!	 Bom dia! Ẹ kaarọ!	 Boa noite! Ẹ káalẹ́!
 até logo ódìgbà	 direção ìtọ́ni	 bagagem ẹrù-ẹni
 bolsa báàgì	 mochila àpò ẹ̀yin	 convidado àlejò
 quarto yàrá	 saco de dormir báàgì ibùsùn	 barraca àgọ́

viagem - ìrìn àjò

informação turística
àlàyé arìnrìn àjò

praia
òkun

cartão de crédito
káàdì arópò owó

café da manhã
oúnjẹ àárọ̀

almoço
oúnjẹ ọsán

jantar
oúnjẹ alẹ́

bilhete
tikẹti

elevador
ìgbésókè

selo
èdìdí

fronteira
àlà

alfândega
àwọn àṣà

embaixada
ibi iwé ìrìnà

visto
fisa

passaporte
ìwé ìrìnà

viagem - ìrìn àjò

transporte
ọkọ̀

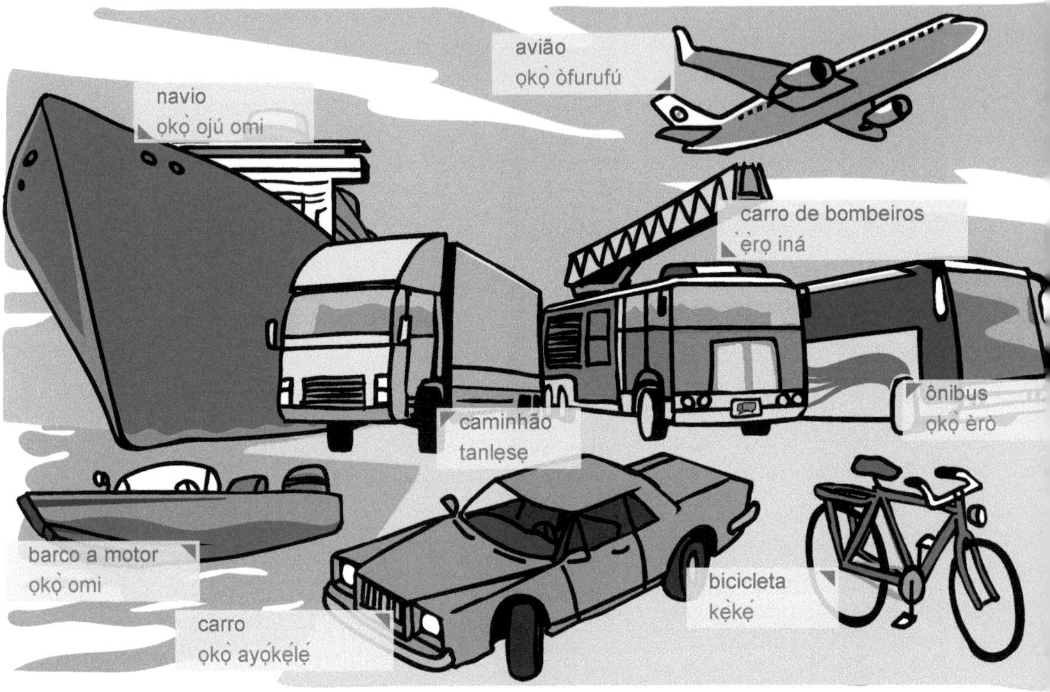

- avião — ọkọ̀ òfurufú
- navio — ọkọ̀ ojú omi
- carro de bombeiros — ẹ̀rọ iná
- caminhão — tanlẹsẹ
- ônibus — ọkọ̀ èrò
- barco a motor — ọkọ̀ omi
- bicicleta — kẹ̀kẹ́
- carro — ọkọ̀ ayọ́kẹ́lẹ́

balsa
ọpán

barco
ọpọ́n ojú omi

motocicleta
atapùpù

veículo policial
ọkọ̀ ọlọ́pàá

carro de corrida
ọkọ̀ ìsáré

carro de aluguel
ọkọ̀ yíyá

compartilhamento de automóvel
àpínlò ọkọ̀

caminhão de reboque
ìgbọ́kọ̀

caminhão de lixo
ọkọ̀ dída ilẹ̀ nù

motor
manto

combustível
epo

posto de gasolina
ilé epo

placa de trânsito
àmì ìwakọ̀

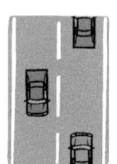

trânsito
ìwakọ̀

trânsito lento
súnkẹrẹ

estacionamento
ibi ìgbọ́kọ̀sí

estação de trem
ibùdókọ̀ ojú irin

trilhos
àwọn òpópó

trem
ọkọ̀ ojú irin

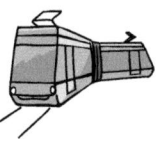

bonde
ọkọ̀ ori ilẹ̀

vagão
ẹrù

transporte - ọkọ̀

helicóptero
ẹlikọputa

aeroporto
ibùdókọ̀ òfurufú

torre
òpó

passageiro
èrò

contêiner
ibi ìpamọ́

cartolina
katun

carroça
apẹ̀rẹ̀

cesto
agbọ̀n

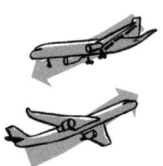

decolar / pousar
gbéra / balẹ̀

cidade
ìlú

vilarejo
abúlé

centro da cidade
àárín ìlú

casa
ilé

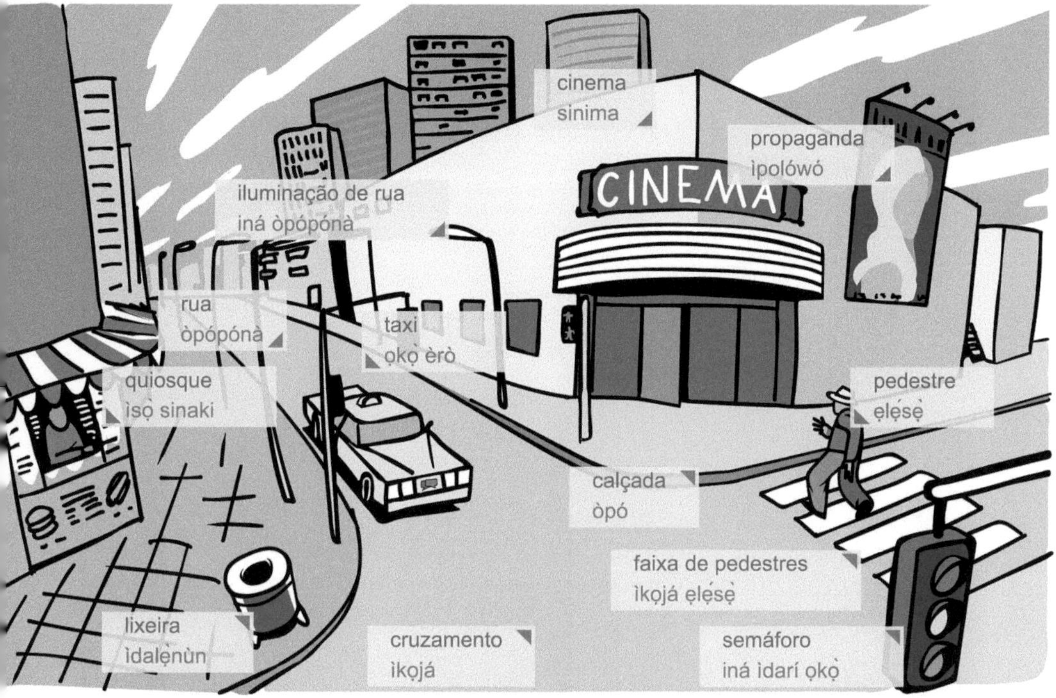

cinema
sinima

propaganda
ìpolówó

iluminação de rua
iná òpópónà

rua
òpópónà

taxi
ọkọ̀ èrò

quiosque
ìsọ́ sinaki

pedestre
ẹlẹ́sẹ̀

calçada
òpó

lixeira
ìdàlẹ̀nùn

faixa de pedestres
ìkọjá ẹlẹ́sẹ̀

cruzamento
ìkọjá

semáforo
iná ìdarí ọkọ̀

cabana
abà

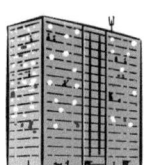

apartamento
filati

estação de trem
ibùdókọ̀ ojú irin

prefeitura
ojúde

museu
musiọmu

escola
ilé-ìwé

cidade - ìlú

universidade

yunifasiti

banco

ilé ìfowópamọ́

hospital

ilé ìwòsàn

hotel

ilé ìtura

farmácia

olùta òògùn

escritório

ọfisi

livraria

ìsọ̀ ìwé

loja

ìsọ̀

floricultura

òdòdó

supermercado

ibi ìtajà

mercado

ọjà

loja de departamentos

ibi ẹka iṣẹ́

peixaria

ibi ẹja

centro comercial

ibi ìrajà

porto

bèbè omi

cidade - ìlú

parque
ibi ìgbafẹ́

banco
àga

ponte
afárá

escadas
àgàsọ̀

metrô
abẹ́ ilẹ̀

túnel
ihò ilẹ̀

ponto de ônibus
ibùdókọ̀

bar
ilé ọtí

restaurante
ilé oúnjẹ

caixa de correspondência
àpótí ìfìwéránṣẹ́

placa de rua
àmì òpópónà

parquímetro
mita ìgbọ́kọ̀sí

zoológico
ibi ẹranko

piscina
ibi ìwẹ̀

mesquita
mọ́sáláṣí

cidade - ìlú

fazenda
oko

poluição
ìdọ̀tí

cemitério
ibi ìsìnkú

igreja
ilé ìjọsìn

parquinho
ibi ìṣeré

templo
tẹmpili

paisagem
ẹlẹ́bùú

- folha — ewé
- placa de sinalização — ajúwe
- caminho — ọ̀nà
- gramado — ilẹ̀ koríko
- pedra — òkúta
- árvore — igi
- caminhantes — olùrìn
- rio — odò
- grama — kóríko
- flor — òdòdó

paisagem - ẹlẹ́bùú

vale	montanha	lago
kòtò	òkè	adágún omi
	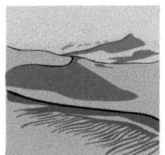	
floresta	deserto	vulcão
aginjù	aṣálẹ̀	ilẹ̀ ríru

castelo	arco-íris	cogumelo
ibùgbé	òṣùmàrè	esun

palmeira	mosquito	mosca
ọ̀pẹ	`ẹ̀fọn	eṣinṣin

formiga	abelha	aranha
kòkòrò	oyin	alantakun

paisagem - ẹlẹ́bùú

besouro
làbọnlàbọn

sapo
ọ̀pọ̀lọ́

esquilo
ọkẹ́rẹ́ ńlá

ouriço
sẹsẹ́

lebre
ọkẹ́rẹ́

coruja
òwìwí

pássaro
ẹyẹ

cisne
pẹ́pẹ́yẹ ńlá

javali
ẹlẹ́dẹ́ igbó

veado
àgbọ̀nrín

alce
àgbọ̀nrín ńlá

barragem
adágún

aerogerador
ọ̀pá afẹ́fẹ́

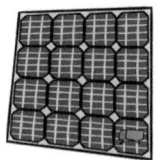

painel solar
panẹ́ẹ̀lì òrùn

clima
ojú-ọjọ́

paisagem - ẹlẹ́bùú

restaurante
ilé oúnjẹ

- garçom / agbóunjẹ
- menu / àkọsílẹ oúnjẹ
- cadeira / àga
- sopa / ọbẹ
- pizza / pisa
- talheres / ọbẹ
- toalha de mesa / aṣọ tábìlì

entrada
ìpanu

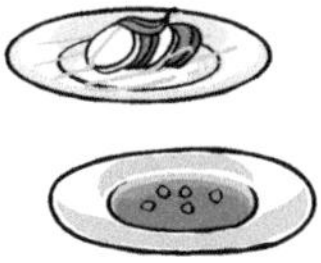

prato principal
oúnjẹ gangan

sobremesa
ìpanu lẹ́yin oúnjẹ

bebidas
ohun mímu

comida
oúnjẹ

garrafa
ìgò

fastfood

oúnjẹ kíá

comida de rua

oúnjẹ òpópónà

bule de chá

abọ́ tii

açucareiro

abọ́ ṣúgà

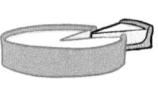

porção

ìpín

máquina de expresso

ẹ̀rọ ẹsipirẹso

cadeirão

àga gíga

conta

ináwó oṣoṣù

bandeja

tire

faca

ọbẹ

garfo

fọ́ọ̀kì

colher

ṣíbí

colher de chá

ṣíbí tii

guardanapo

pépà ìnuwọ́

copo

gilasi

restaurante - ilé oúnjẹ

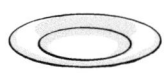

prato

abọ́

prato de sopa

abọ́ ọbẹ̀

pires

pẹlẹbẹ

molho

ọbẹ̀

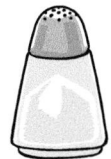

saleiro

kòkò iyọ̀

moedor de pimenta

ilọta

vinagre

fẹniga

óleo

òróró

especiarias

èròjà

ketchup

kẹsọpu

mostarda

mọsitadi

maionese

mayonesi

restaurante - ilé oúnjẹ

supermercado
ibi ìtajà

- oferta especial / ẹ̀dínwó
- cliente / oníbàárà
- laticínios / wàrà
- carrinho de compras / ọmọlanke
- frutas / èso

açougue
alápatà

padaria
beka

pesar
wọ̀n

legumes
ewébẹ̀

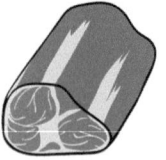

carne
ẹran

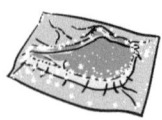

congelados
oúnjẹ dídì

supermercado - ibi ìtajà

charcutaria
ẹran tútù

conservas
oúnjẹ agolo

detergente em pó
ọṣẹ ìfọṣọ

doces
àdíndùn

artigos domésticos
àgbéjáde ẹbí

produtos de limpeza
ohun ìtọ́jú

vendedora
olùtajà

caixa
tili

caixa
akawó

lista de compras
àkójọ ìrajà

horário de funcionamento
wákàtí ìbẹ̀rẹ̀

carteira
ìpamọ́

cartão de crédito
káàdì arọ́pò owó

sacola
báàgì

saco plástico
báàgì ọ̀rá

supermercado - ibi ìtajà   21

bebidas
ohun mímu

água
omi

suco
omi èso

leite
wàrá

coca-cola
koki

vinho
waini

cerveja
bia

álcool
ọtí líle

cacau
kòkó

chá
tii

café
kọfí

expresso
ẹsipirẹso

cappuccino
kapusino

comida
oúnjẹ

banana
ọ̀gẹ̀dẹ̀

maçã
apu

laranja
ọsàn

melão
ẹ̀gúsí

limão
òronbò

cenoura
karọti

alho
galiki

bambu
ọparun

cebola
àlùbọ́sà

cogumelo
esun

nozes
ẹ̀pà

macarrão
nodu

comida - oúnjẹ

espaguete	arroz	salada
sipajẹti	ìrẹsì	saladi

batatas fritas	batatas frias	pizza
ipanu	ànàmọ́ díndín	pisa

hambúrger	sanduíche	escalope
bọ́gà	sanwiṣi	ẹran sísun

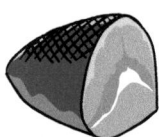  

presunto	salame	salsicha
ẹsẹ̀ ẹlẹ́dẹ̀	salami	sọseji

galinha	assado	peixe
ẹran ẹdìyẹ	sun	ẹja

comida - oúnjẹ

flocos de aveia
oti poreji

granola
museli

flocos de milho
confulakisi

farinha
iyẹ̀fun

croissant
kirosanti

pãozinho
rolu búrẹdi

pão
burẹdi

torrada
dín

biscoitos
bisikiti

manteiga
bọ́tà

requeijão
kọdu

bolo
keki

ovo
ẹyin

ovo frito
ẹyin díndín

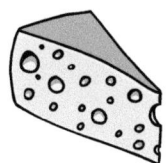
queijo
ṣiṣi

comida - oúnjẹ

sorvete
aisi kirimu

açúcar
ṣúgà

mel
oyin

geleia
jamu

creme de avelãs
àfira ṣokoleti

curry
kọri

comida - oúnjẹ

fazenda
oko

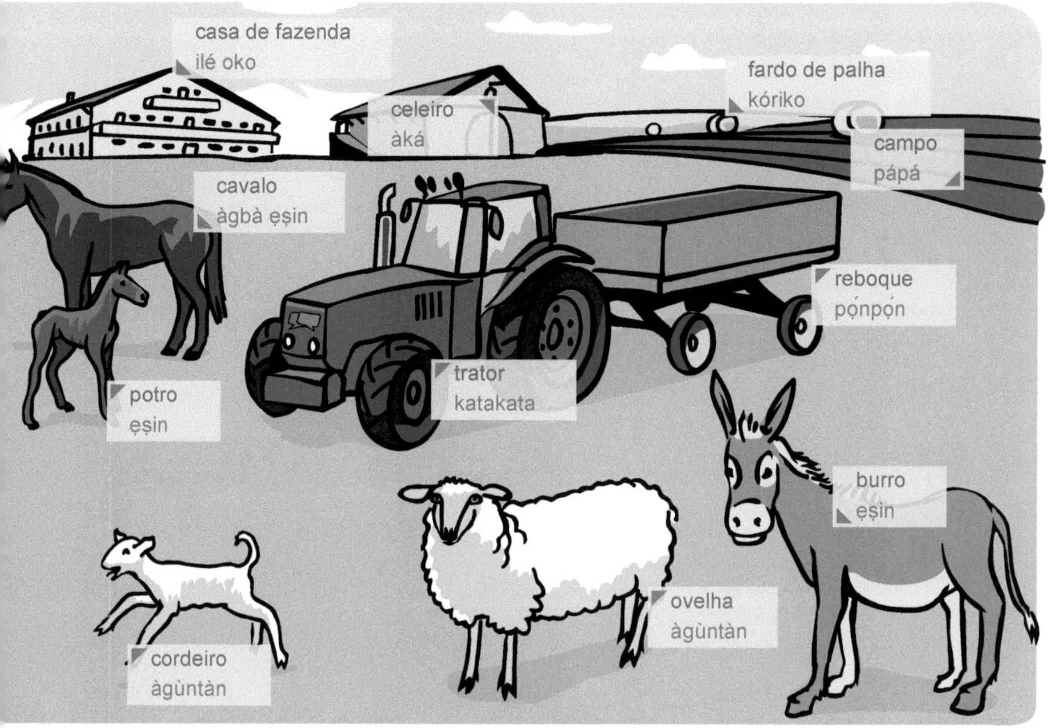

casa de fazenda — ilé oko
celeiro — àká
fardo de palha — kóriko
campo — pápá
cavalo — àgbà ẹṣin
reboque — pọ́npọ́n
potro — ẹṣin
trator — katakata
burro — ẹṣin
cordeiro — àgùntàn
ovelha — àgùntàn

cabra
ewúrẹ́

vaca
máàlù

bezerro
ọ̀dọ́ àgùntàn

porco
ẹlẹ́dẹ̀

leitão
ọmọ ẹlẹ́dẹ̀

touro
àgbò

ganso
ọmọ pẹ́pẹ́yẹ

pato
pẹ́pẹ́yẹ

pintinho
ọmọ adìyẹ

galinha
adìyẹ

galo
àkùkọ

ratazana
èkúté

gato
olóngbò

camundongo
eku

boi
kẹ́tẹ́kẹ́tẹ́

cachorro
ajá

casinha do cachorro
ilé ajá

mangueira de jardim
ọ̀pá ọgbà

regador
abọ́ omi

foice
scythe

arado
ọkọ̀ irúgbìn

fazenda - oko

foice

abẹ oko

enxada

ọkọ́

forquilha

irinṣẹ́ kóriko

machado

àáké

carrinho de mão

wilibaro

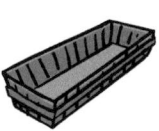

manjedoura

àgbá

jarra de leite

abọ́ wàrà

saco

àpò

cerca

ògiri

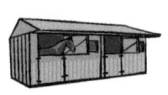

estábulo

pẹpẹ oko

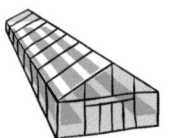

estufa

ibi ìdáko

solo

ilẹ̀

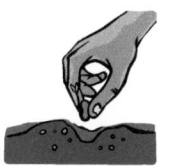

semente

irúgbìn

fertilizante

ajílẹ̀

colheitadeira

àkópọ̀ olùkórè

colher
ìkórè

colheita
ìkórè

inhame
iṣu

trigo
bàbà

soja
soya

batata
ànàmọ́

milho
àgbàdo

colza
irúgbìn rapu

árvore frutífera
igi èso

mandioca
ẹ̀gẹ́

cereais
jéró

casa
ilé

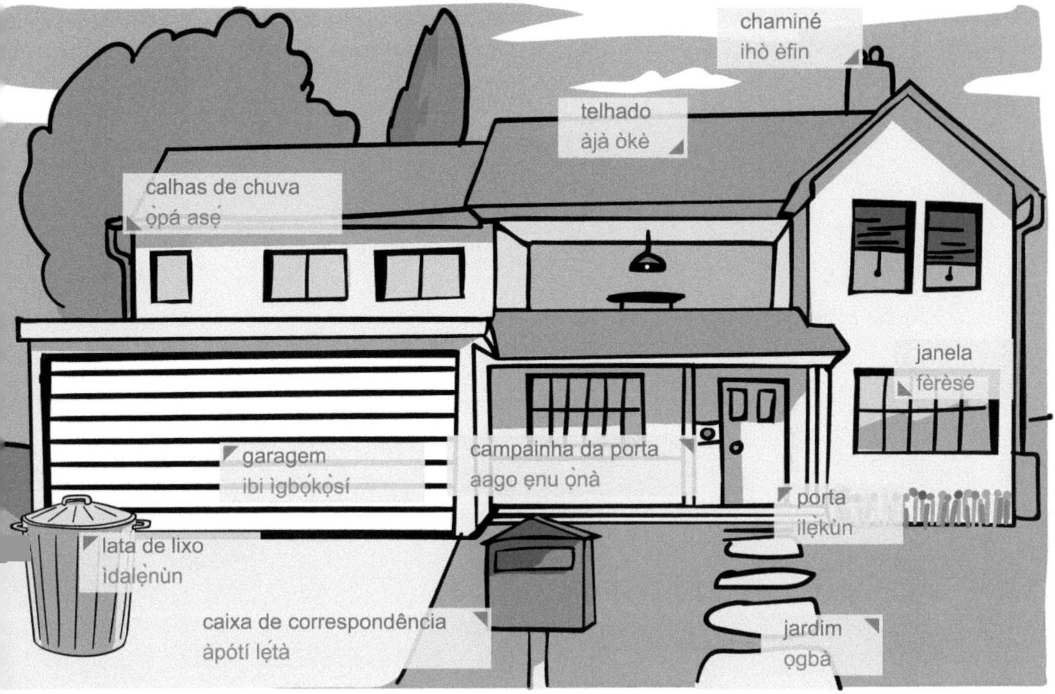

chaminé
íhò èfín

telhado
àjà òkè

calhas de chuva
ọ̀pá asẹ́

janela
fèrèsé

garagem
ibi igbọ́kọ̀sí

campainha da porta
aago ẹnu ọ̀nà

porta
ilẹ̀kùn

lata de lixo
ìdàlẹ̀nùn

caixa de correspondência
àpótí lẹ́tà

jardim
ọgbà

sala de estar

yàrá ìgbé

banheiro

ilé ìwẹ̀

cozinha

ilé ìdáná

quarto de dormir

yàrá ìbùsùn

quarto de criança

yàrá ọmọdé

sala de jantar

yàrá ìjẹun

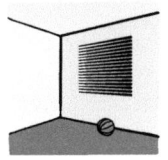

chão
ilẹ̀

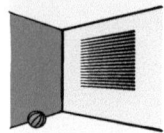

parede
ògiri ilé

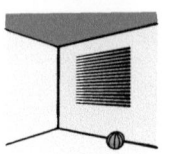

teto
àjà

porão
sẹla

sauna
sauna

varanda
ọdẹ̀dẹ̀

terraço
ọ̀nà

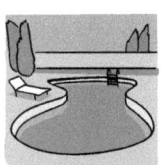

piscina
ibi ìwẹ̀

cortador de grama
ẹrọ ìgéko

lençol
ojú-ewé

coberta
aṣọ orí ibùsùn

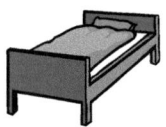

cama
ibùsùn

vassoura
ọwọ̀

balde
garawa

interruptor
yípo

sala de estar
yàrá ìgbé

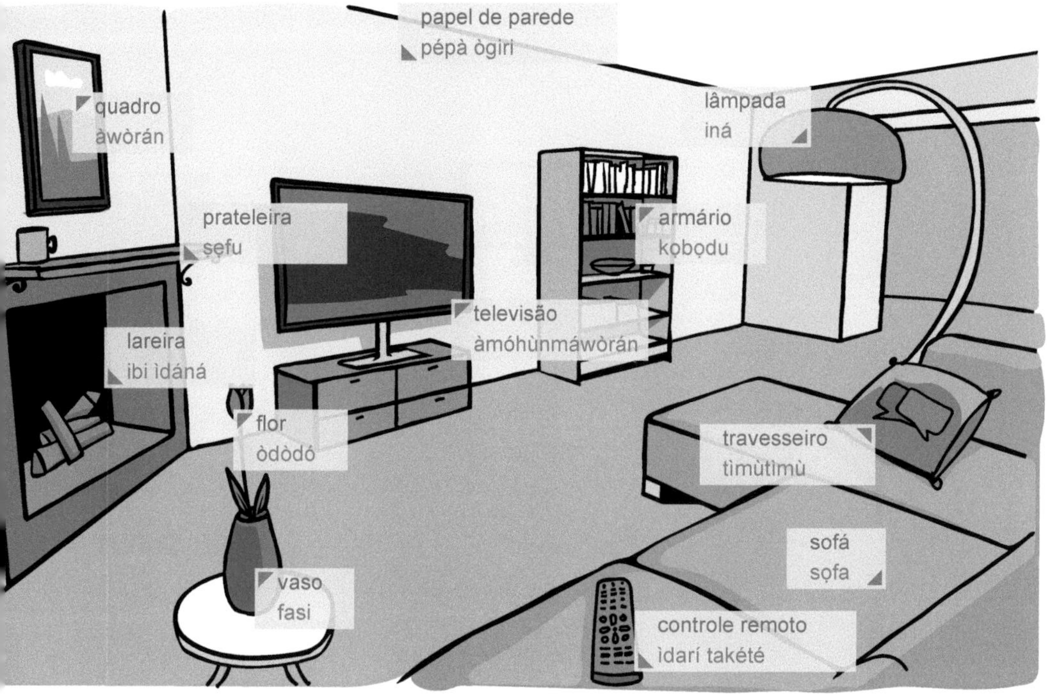

- papel de parede / pépà ògiri
- quadro / àwòrán
- lâmpada / iná
- prateleira / sẹ́fu
- armário / kọ́bọ́du
- lareira / ibi ìdáná
- televisão / àmóhùnmáwòrán
- flor / òdòdó
- travesseiro / tìmùtìmù
- vaso / fasi
- sofá / sọ́fa
- controle remoto / ìdarí takété

tapete
kapẹti

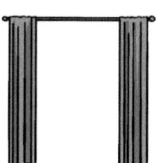

cortina
kọ́tini

mesa
tábìlì

cadeira
àga

cadeira de balanço
àga amìtìtì

poltrona
àga ọlọ́wọ́

livro
ìwé

cobertor
aṣọ ìbora

decoração
ọ̀ṣọ́

lenha
igi ìdáná

filme
fíìmù

equipamento de som
irinṣẹ́ hi-fi

chave
kọ́kọ́rọ́

jornal
ìwé ìròyìn

pintura
kíkunlé

pôster
àlẹ̀mọ́

rádio
redio

bloco de notas
ìkọ̀wé

aspirador
ufa

cacto
kakitọsi

vela
àbẹ́là

sala de estar - yàrá ìgbé

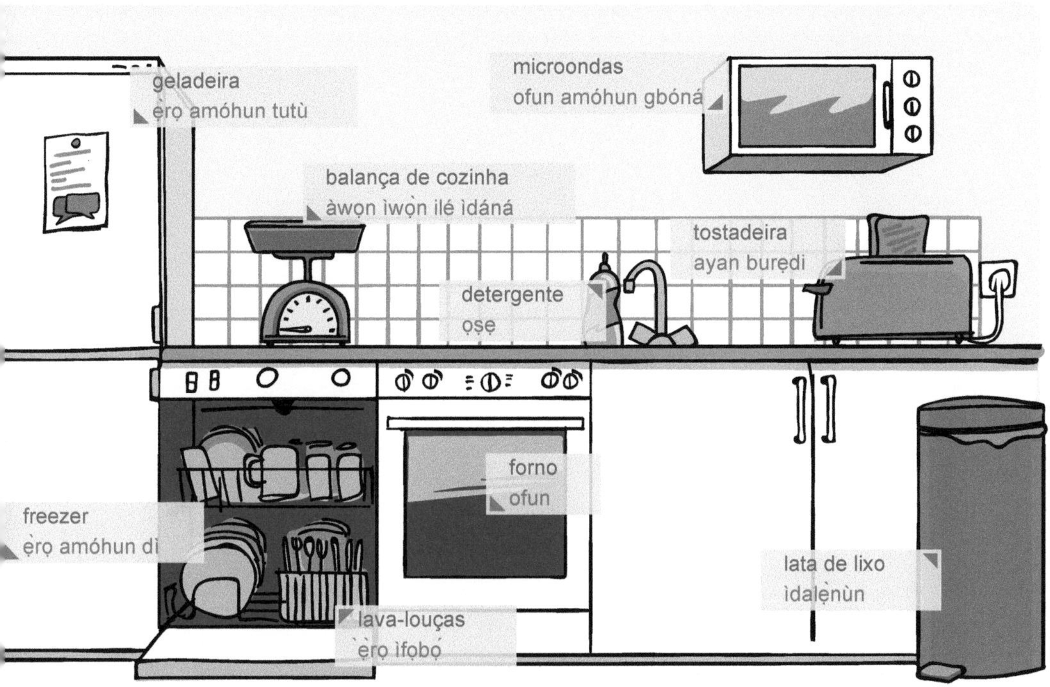

cozinha
ilé ìdáná

- microondas — ofun amóhun gbóná
- geladeira — ẹrọ amóhun tutù
- balança de cozinha — àwọn ìwọ̀n ilé ìdáná
- tostadeira — ayan burẹ́dì
- detergente — ọṣẹ
- forno — ofun
- freezer — ẹrọ amóhun dì
- lava-louças — ẹrọ ìfọbọ́
- lata de lixo — ìdalẹ́nùn

fogão
ìdáná

panela
ìṣasun

panela de ferro
ìṣasun irin

wok / kadai
wok / kadai

frigideira
panu

chaleira
kẹturu

panela a vapor

amoru

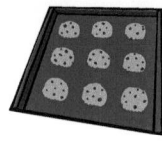

tabuleiro de forno

pẹpẹ ìdáná

louça

dídáná

caneca

ife gilasi

caçarola

àdému

hashi

igi ijẹun

concha de sopa

ladu

espátula

ṣíbí kòtò

batedor

wisiki

escorredor

sitirena

peneira

asẹ́

ralador

gireta

almofariz

odó

churrasqueira

àsun

lareira

ibi ìdáná

cozinha - ilé ìdáná

tábua de cortar
pẹpẹ gígé

rolo da massa
igi ìlọ̀

saca-rolhas
kọkisukuru

lata
agolo

abridor de latas
olùṣí agolo

pegador de panela
àdìmú ìṣasun

pia
kòtò

escova
burọṣi

esponja
kaninkanin

liquidificador
ẹ̀rọ ìlọta

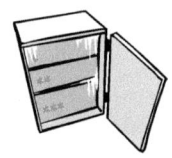
congelador
ẹ̀rọ amóhun dì oníkòtò

mamadeira
ohun ìjẹun ọmọdé

torneira
ẹnu ẹ̀rọ omi

cozinha - ilé ìdáná

banheiro
ilé ìwẹ̀

- aquecimento — gbígbóná
- ducha — iwẹ̀
- toalha — tawẹli
- cortina de chuveiro — kọtini iwẹ̀
- banho de espuma — iwẹ̀ olóṣẹ
- banheira — ibi iwẹ̀
- copo — gilasi
- lava-roupa — ẹ̀rọ ifọṣọ
- azulejos — àlẹ̀mọ́lẹ̀
- torneira — ẹnu ẹ̀rọ omi
- penico — pó
- pia — kòtò

vaso sanitário
ibi ìyàgbẹ́

lavabo de agachar
ibi ṣálángá

bidê
bidẹti

mictório
títọ

papel higiênico
pépa ibi ìyàgbẹ́

escova de privada
burọṣi ibi ìyàgbẹ́

escova de dentes

igi ifọnu

pasta de dentes

ọṣẹ ifọnu

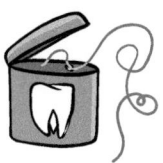

fio dental

filọsi eyin

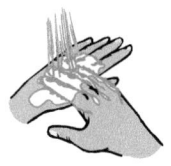

lavar

fọṣọ

ducha de mão

ìwẹ ọlọ́wọ́

ducha íntima

doṣi

bacia

basin

escova para as costas

burọṣi ẹ̀yìn

sabonete

ọṣẹ

gel de banho

gẹli ìwẹ̀

xampu

ọ̀ṣẹ irun

toalha de rosto

filanẹni

escoamento

sẹ́

creme

ìpara

desodorante

olóòrùn dídún

banheiro - ilé ìwẹ̀

espelho

dingi

espelho de mão

díngi ọwọ́

barbeador

abẹ

espuma de barbear

fomu ifárungbọ̀n

loção pós-barba

lẹ́yìn ifarungbọ̀n

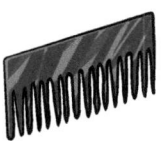

pente

ìyarun

escova

burọ̣ṣì

secador de cabelo

agbẹrun

spray de cabelo

ìparun

maquiagem

ìmúra

batom

ìtọ́tè

esmalte de unhas

fanisi èkaná

algodão

òwú

tesoura para unhas

sisọsi èkaná

perfume

pafumu

banheiro - ilé ìwẹ̀

nécessaire
báàgì ìwẹ̀

banquinho
àga

balança
ìwọ̀n

roupão de banho
okùn ìwẹ̀

luvas de borracha
ìbọ̀wọ́ rọ́bà

absorvente interno
tampun

absorvente íntimo
ìnuwọ́

banheiro químico
ṣálángá kẹmika

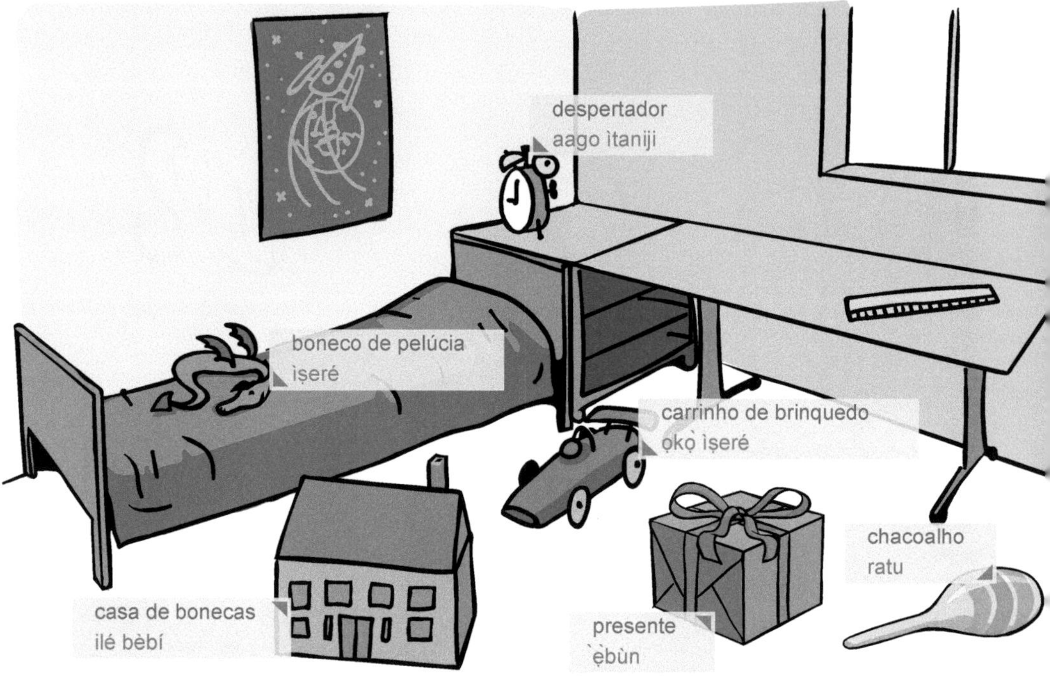

quarto de criança
yàrá ọmọdé

despertador
aago ìtaniji

boneco de pelúcia
ìṣeré

carrinho de brinquedo
ọkọ̀ ìṣeré

casa de bonecas
ilé bèbí

presente
ẹ̀bùn

chacoalho
ratu

balão
fèrè

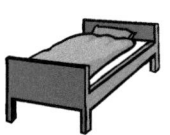

cama
ibùsùn

carrinho de bebê
igbómọ

jogo de cartas
àpapọ̀ káàdì

quebra-cabeças
ayùn

revista de quadrinhos
àwàdà

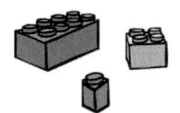

peças de Lego

àwọn biriki

blocos de construção

ohun ìṣeré

figura de ação

figọ ìṣe

macaquinho de bebê

ìdàgbàsókè

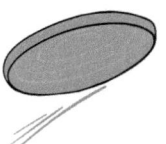

frisbee

firisibi

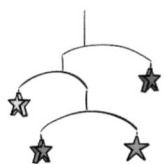

móbile para bebé

alágbèéká

jogo de tabuleiro

eré pẹpẹ

dados

daisi

trenzinho elétrico

àkópọ̀ ìkọ́ni àwọṣe

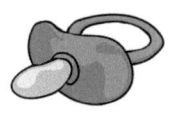

chupeta

dọmi

festa

ayẹyẹ

livro ilustrado

ìwé àwòrán

bola

bọ́ọ̀lù

boneca

bèbí

brincar

ṣeré

quarto de criança - yàrá ọmọdé

caixa de areia

kòtò yẹ̀pẹ̀

balanço

jangilofa

brinquedos

àwọn ìṣeré

videogame

kọ́nsolu ìṣeré fídíò

triciclo

ẹlẹ́sẹ̀ mẹ́ta

ursinho de pelúcia

bèbí ọmọdé

guarda-roupa

ibi ìkàṣọsi

vestuário
aṣọ

meias

ṣọkisi

meias pelo joelho

sitọkin

meias-calças

ṣòkòtò

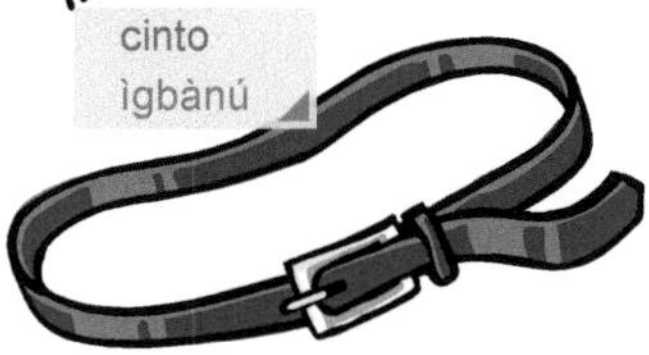

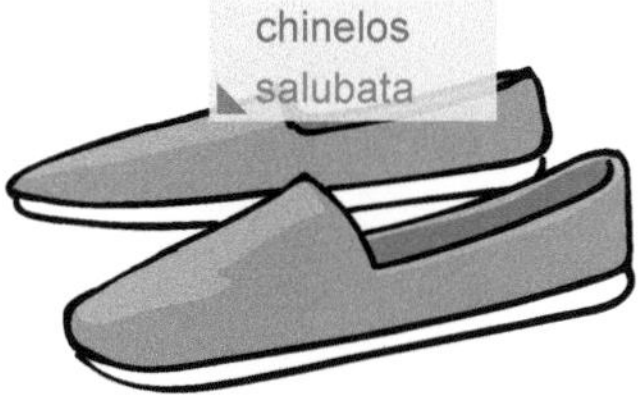

cachecol
sikafu

guarda-chuva
agbòjò

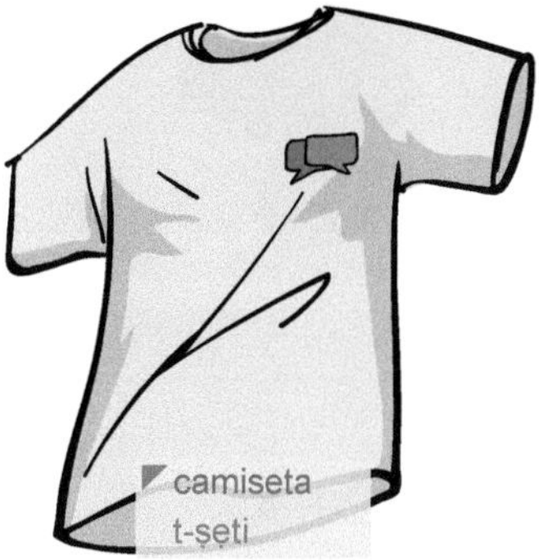

camiseta
t-sẹti

cinto
ìgbànú

botas
bàtà

chinelos
salubata

tênis
àwọn olùkọni

sandálias
salubata

sapatos
bàtà

botas de borracha
bàtà òjò

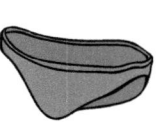

roupa de baixo
pátá

sutiã
kọ́mú

camiseta de baixo
fẹsiti

vestuário - aṣọ

body
ara

calças
ṣòkòtò

jeans
kakí

saia
sikẹti

blusa
bulausi

camisa
ṣẹti

pulôver
dúró

suéter com capuz
ìbòrí

blazer
aṣọ òkè

jaqueta
aṣọ otútù

casaco
kotu

gabardine
aṣọ òjò

traje
ìmúra

vestido
wọṣọ

vestido de casamento
aṣọ ìgbéyàwó

vestuário - aṣọ

terno
sutu

camisola
aṣọ àwọ̀sùn

pijama
pijama

sari
sari

lenço de cabeça
gèlè

turbante
tọbanu

burca
bọka

cafetã
kafitani

abaya
abaya

maiô
aṣọ iwẹdò

sunga
aṣọ àwọ̀sókè

shorts
penpe

roupa de treino
kotu

avental
aṣọ idánà

luvas
ìbọ̀wọ́

vestuário - aṣọ

47

botão

bọ́tìnnì

óculos

awò

pulseira

ẹgbà ọwọ́

colar

ẹgbà ọrùn

anel

òrùka

brinco

gbígbọ́

boné

filà

cabide

ìkọ́ kotu

chapéu

àkẹtẹ̀

gravata

tai

zíper

sipu

capacete

koto

suspensórios

biresi

uniforme escolar

aṣọ ilé-ìwé

uniforme

yunifọmu

babador

bibu

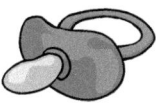

chupeta

dọmi

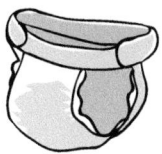

fralda

ìlédìí

escritório
ọfisi

servidor — olùpín

armário de arquivos — ibi àkópamọ́ faili

impressora — ẹ̀rọ ìtẹwé

monitor — aṣàfihàn

papel — pépà

escrivaninha — dẹsiki

mouse — atọka

pasta — fódà

teclado — àtẹ bọ́tìnnì

cesto de lixo — agbọ̀n idalẹ̀nù

computador — kọ̀mpútà

cadeira — àga

xícara de café

ife kọfí

calculadora

ẹ̀rọ iṣirò

internet

ayélujára

laptop

kọmpútà àgbélétan

carta

lẹ́tà

mensagem

ìfìránṣẹ́

celular

alágbèéká

rede

nẹ́tíwọ̀kì

copiadora

ẹ̀rọ ẹdà

software

sọ́ftwia

telefone

ẹ̀rọ ìbánisọ̀rọ̀

tomada

ihò iná

fax

ẹ̀rọ fakisi

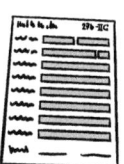

formulário

fọ́ọ̀mù

documento

ìwé àkọsílẹ̀

50   escritório - ọ́fisi

economia
ọrọ̀ ajé

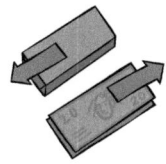
comprar
rà

pagar
sanwó

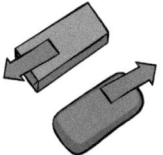
negociar
ṣòwò

dinheiro
owó

Dólar
dọla

Euro
yuro

Yen
yẹni

rublo
rọbu

franco suíço
Siwisi frans

renminbi yuan
renminbi yuan

rupia
rupi

caixa eletrônico
ibi owó

casa de câmbio
ibi ìpàrọ̀ owó

ouro
wúrà

prata
fàdákà

petróleo
epo

energia
agbára

preço
iye

contrato
àdéhùn

imposto
owó orí

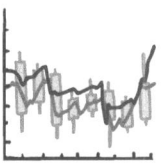

ação
ìpín ọjà

trabalhar
ṣiṣẹ́

empregado
òṣìṣẹ́

empregador
agbani síṣẹ́

fábrica
ilé iṣẹ́

loja
ìsọ

economia - ọrọ̀ ajé

profissões
àwọn iṣẹ́ ààyò

- policial — ọ̀gá ọlọ́pàá
- bombeiro — panápaná
- piloto — awakọ̀ òfurufú
- cozinheiro — adáná
- médico — dókítà

jardineiro
olọ́gbà

marceneiro
gbẹ́nàgbẹ́nà

costureira
aránṣọ

juiz
adájọ́

químico
olóògùn

ator
òṣèré

profissões - àwọn iṣẹ́ ààyò

motorista de ônibus

awakọ̀ èrò

motorista de táxi

awakọ̀ èrò

pescador

apẹja

faxineira

omidan agbálẹ̀

telhador

kanlékanlé

garçom

agbóunjẹ

caçador

ọdẹ

pintor

akunlé

padeiro

olùṣe iyẹ́fun

eletricista

aṣàtúnṣe iná

construtor

akọ́lé

engenheiro

amojú ẹrọ

açougueiro

alápatà

encanador

pulọmba

carteiro

afiwé ránṣẹ́

54 profissões - àwọn iṣẹ́ ààyò

soldado
jagunjagun

arquiteto
ayàwòrán ilé

caixa
akawó

florista
olódòdó

cabelereiro
aṣerun lóge

condutor
adarí èrò

mecânico
aṣàtúnṣe ọkọ̀

capitão
adarí

dentista
olùtọ́jú eyin

cientista
onímọ̀ ijìnlẹ̀

rabino
olùkọ́ni

imam
imamu

monge
mọnki

pastor
òjíṣẹ́ Ọlọ́run

profissões - àwọn iṣẹ́ ààyò

ferramentas
àwọn irinṣẹ́

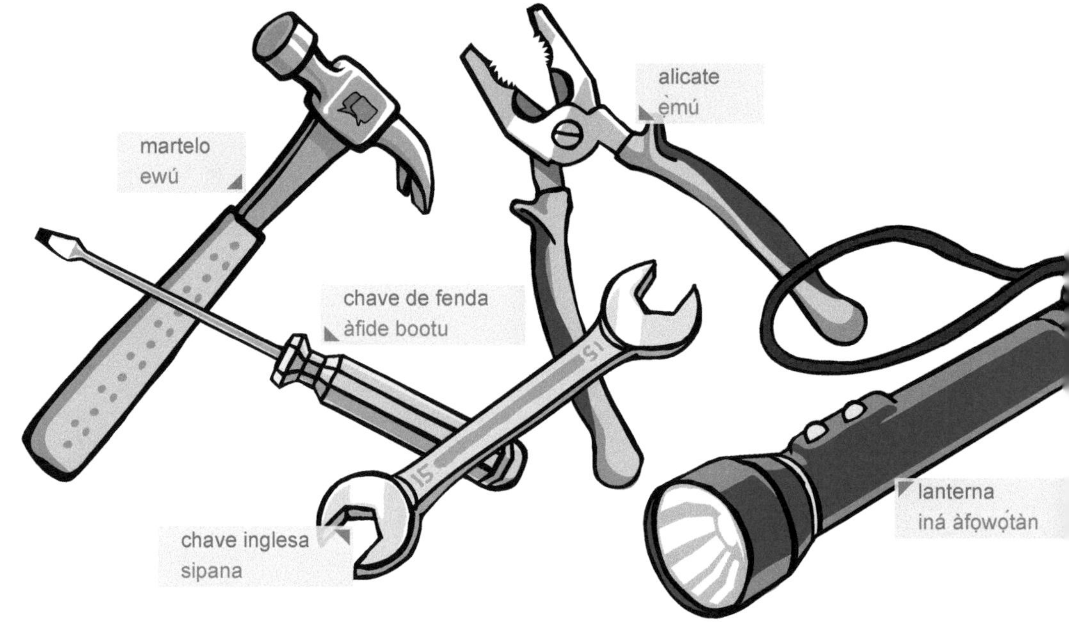

martelo
ewú

alicate
ẹ̀mú

chave de fenda
àfide bootu

chave inglesa
sipana

lanterna
iná àfowọ́tàn

escavadora
jiga

caixa de ferramentas
àpótí irinṣẹ́

escada de mão
àgàsọ̀

serra
ayùn

pregos
èṣó

furadeira
ìlu

consertar
túnṣe

pá
sọ́bìrì

Droga!
Adágún!

pá de lixo
igbá ìdọ̀tí

pote de tinta
kòkò ọdà

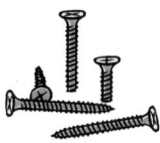
parafusos
bootu

instrumentos musicais
àwọn irinṣẹ́ orin

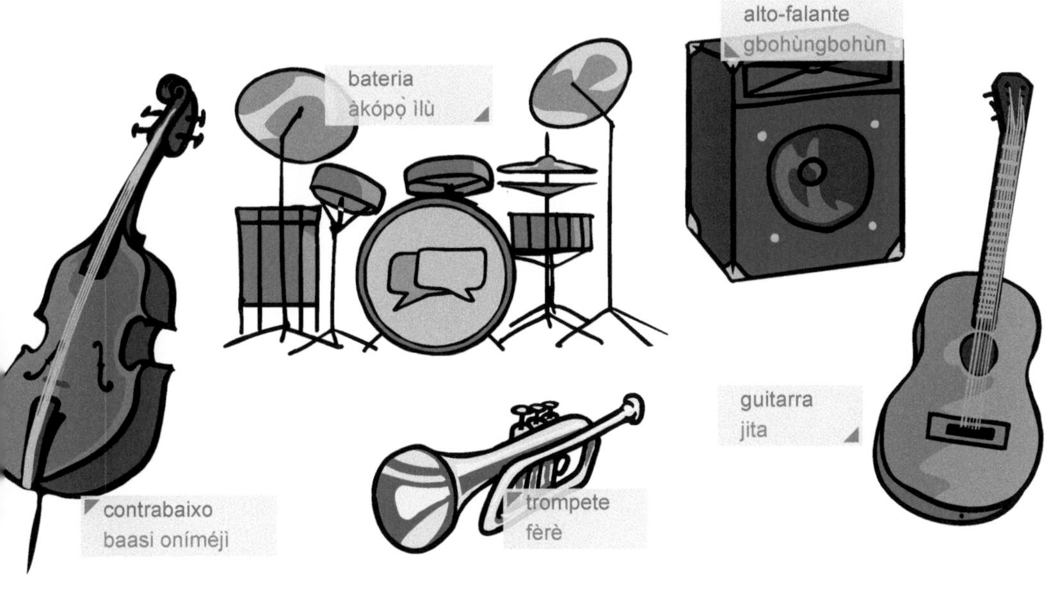

- alto-falante — gbohùngbohùn
- bateria — àkópọ̀ ìlù
- guitarra — jita
- contrabaixo — baasi onímẹ́jì
- trompete — fèrè

piano
dùrù

violino
faolin

baixo
baasi

timbales
timpani

tambor
àwọn ìlù

teclado
kiibọdu

saxofone
sasofonu

flauta
fèrè ìpè

microfone
ẹ̀rọ gbohùngbohùn

instrumentos musicais - àwọn irinṣẹ́ orin

zoológico
ibi ẹranko

- entrada / ìwọlé
- tigre / ẹkùn
- gaiola / ibi ìhámọ́
- zebra / àgbọ̀nrín
- ração animal / oúnjẹ ẹranko
- panda / panda

animais
àwọn ẹranko

elefante
erin

canguru
kangaruu

rinoceronte
raino

gorila
ọ̀bọ lagido

urso
biari

zoológico - ibi ẹranko

camelo
kẹ́tẹ́kẹ́tẹ́

avestruz
ẹyẹ agùnlọ́rùn

leão
kìnìún

macaco
ọ̀bọ

flamingo
yọjayọja

papagaio
ayékòótọ́

urso polar
biari omi

pinguim
pinguin

tubarão
ṣaki

pavão
ọ̀kín

cobra
ejò

crocodilo
ọ̀nì

guarda do zoológico
olùtọ́jú ibi ẹranko

foca
sili

jaguar
jagua

zoológico - ibi ẹranko

pônei
poni

leopardo
ẹkùn

hipopótamo
ẹran omi

girafa
jirafi

águia
àṣá

javali
ẹlẹ́dẹ́ igbó

peixe
ẹja

tartaruga
ìjàpá

morsa
wọrọsi

raposa
kọ̀lọ̀kọ̀lọ̀

gazela
gasẹli

zoológico - ibi ẹranko

esportes
àwọn eré ìdáraya

futebol americano
Bọọlù àfẹsẹ̀gbá Amẹrika

ciclismo
kẹ̀kẹ́

tênis
tẹnísi

basquete
bọọlù agbọ̀n

natação
ìwẹ̀ odò

boxe
elésẹ̀ẹ́

hóquei no gelo
ọkì yìnyín

futebol
bọọlù àfẹsẹ̀gbá

badminton
badmintin

atletismo
àwọn tí ń sáré

handebol
bọọlù ọlọ́wọ́

esqui
eré orí yìnyín

polo
polo

atividades
àwọn iṣẹ́

pular / fò
rir / rẹ́rìín
abraçar / dìmọ́
andar / rìn
cantar / kọrin
sonhar / àlá
rezar / gbàdúrà
beijar / fẹnukò

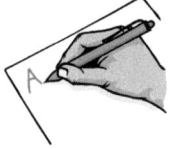

escrever

kọ̀wé

desenhar

yàwòrán

mostrar

fihàn

empurrar

tì

dar

funni

tomar

mú

atividades - àwọn iṣẹ́

ter
ní

fazer
ṣe

ser
jẹ́

ficar de pé
dúró

correr
sáré

puxar
fà

jogar
jù

cair
ṣubú

deitar
parọ́

esperar
dúró

carregar
gbé

sentar
jókòó

vestir
múra

dormir
sùn

despertar
jí

atividades - àwọn iṣẹ́

olhar para
wo

chorar
kígbe

acariciar
ọ̀pá

pentear
ìlarun

falar
sọ̀rọ̀

entender
lóye

perguntar
bèrè

ouvir
tẹ́tí

beber
omi

comer
jẹun

arrumar
palẹ̀mọ́

amar
ìfẹ́

cozinhar
dáná

dirigir
wakọ̀

voar
fò

atividades - àwọn iṣẹ́

velejar
ìgbín

calcular
şírò

ler
kàwé

aprender
kọ́

trabalhar
şişẹ́

casar
gbéyàwó

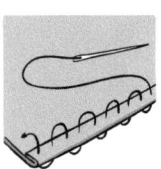
costurar
ránşọ

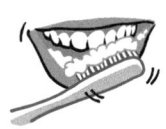
escovar os dentes
fọ eyín

matar
pa

fumar
mu sìgá

enviar
firánşẹ́

atividades - àwọn işẹ́

família
ẹbí

avó
ìyá ńlá

avô
bàbá ńlá

pai
bàbá

mãe
ìyá

bebê
ọmọdé

filha
ọmọbìnrin

filho
ọmọkùnrin

convidado
àlejò

tia
àbúrò ìyá

tio
àbúrò bàbá

irmão
arákùnrin

irmã
arábìnrin

corpo
ara

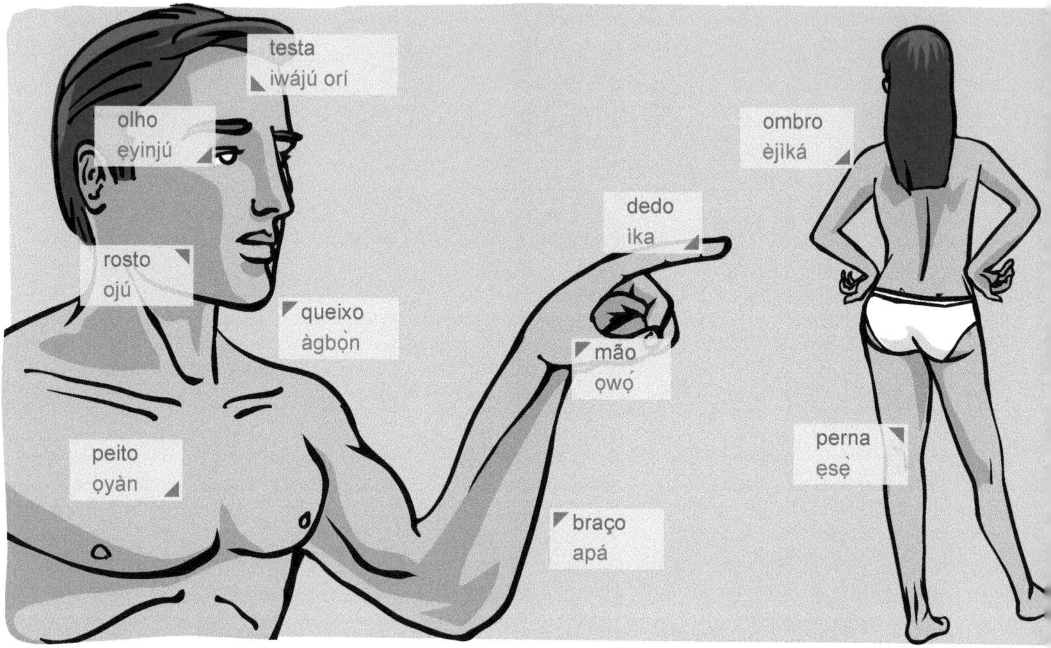

- testa / iwájú orí
- olho / eyinjú
- ombro / èjìká
- dedo / ika
- rosto / ojú
- queixo / àgbòn
- mão / ọwọ́
- peito / ọyàn
- perna / ẹsẹ̀
- braço / apá

bebê
ọmọdé

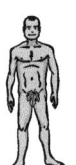

homem
ọkùnrin àgbà

mulher
obìnrin àgbà

menina
obìnrin

menino
ọkùnrin

cabeça
orí

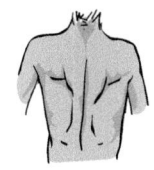

costas
èyìn

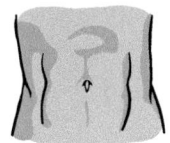

barriga
inú

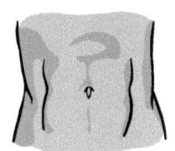

umbigo
ìdodo

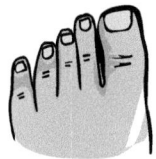

dedo do pé
ìka ẹsẹ̀

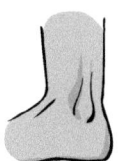

calcanhar
èyìn ẹsẹ̀

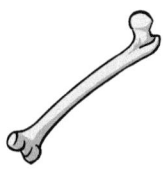

osso
egungun

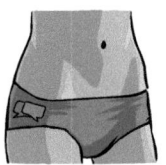

anca
ìbàdí

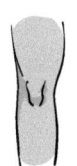

joelho
orúnkún

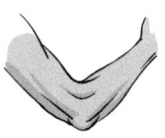

cotovelo
ìgúpá

nariz
imú

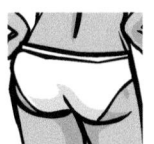

nádegas
ìdí

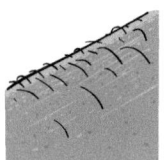

pele
awọ

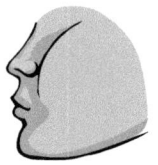

bochecha
èrẹkẹ

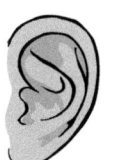

orelha
etí

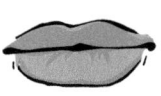

lábio
ètè

corpo - ara

boca

ẹnu

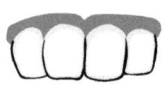

dente

eyín

língua

ahọ́n

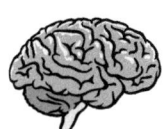

cérebro

ọpọlọ

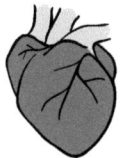

coração

ọkàn

músculo

iṣan

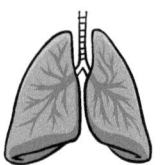

pulmão

ìfun

fígado

ẹ̀dọ̀

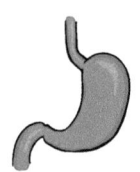

estômago

ikùn

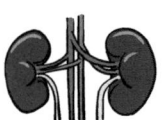

rins

kíndìrín

relações sexuais

ìbálòpọ̀

preservativo

rọ́bà àbò

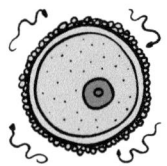

óvulo

ofumu

esperma

àtọ

gravidez

oyún

corpo - ara

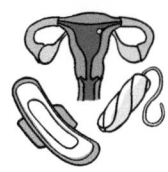

menstruação
ǹkan oṣù

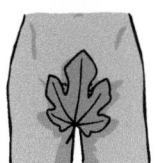

vagina
òbò

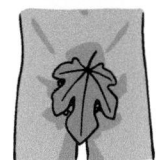

pênis
okó

sobrancelha
ìpénpéjú

cabelo
irun

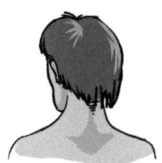

pescoço
ọrùn

corpo - ara

hospital
ilé ìwòsàn

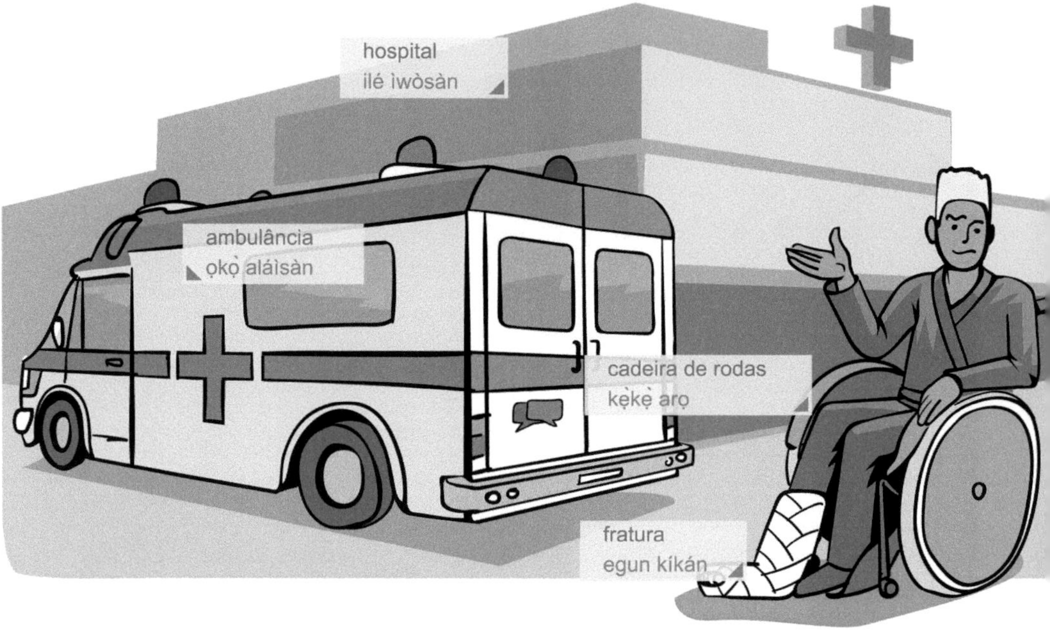

- hospital — ilé ìwòsàn
- ambulância — ọkọ̀ aláìsàn
- cadeira de rodas — kẹkẹ́ arọ
- fratura — egun kíkán

médico
dókítà

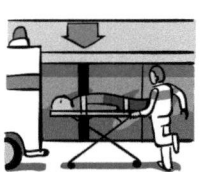

pronto-socorro
yàrá pàjáwìrì

enfermeira
nọ́ọ̀sì

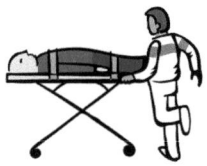

emergência
pàjáwìrì

inconsciente
dákú

dor
ìrora

 ferimento — egbò	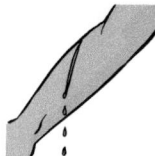 hemorragia — ẹ̀jẹ̀ dídà	 ataque cardíaco — àìsàn ọkàn
 acidente vacular cerebral — rọpárọsẹ̀	 alergia — àlébù ògùn	 tosse — ikọ́
 febre — ibà	 gripe — ọfinkìn	 diarreia — ìgbẹ́ gburu
 dor de cabeça — èfọ́rí	 câncer — jejerẹ	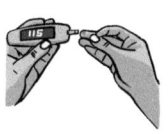 diabetes — ìtọ̀ ṣúgà
 cirurgião — alábẹ	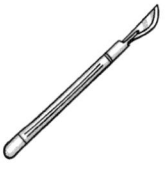 bisturi — abẹfẹ́lẹ́	 operação — iṣẹ́ abẹ

hospital - ilé ìwòsàn

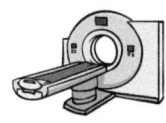

CT
CT

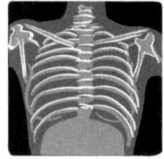

raio x
x-ray

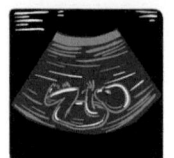

ultrassom
ọtirasandi

máscara
aṣọ ìbòjú

doença
àrùn

sala de espera
yàrá ìdúró

muleta
ọ̀pá

bandeide
àlẹ̀mọ́

ligadura
aṣọ àfiwé

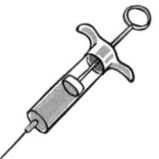

injeção
abẹ́rẹ́

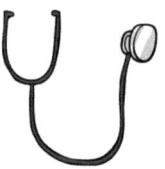

estetoscópio
àyẹ̀wò èémì

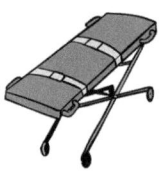

maca
àtẹ aláìsàn

termômetro
ẹ̀rọ ìwọ̀n oru ilé ìwòsàn

nascimento
ìbí

excesso de peso
ìsanrajù

hospital - ilé ìwòsàn

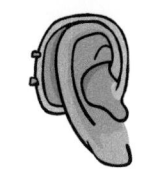

aparelho auditivo
ẹrọ àfigbọ́rọ̀

desinfetante
apa kòkòrò

infecção
àkóràn

vírus
kòkòrò

HIV / AIDS
Àrùn HIV / AIDS

medicamento
òògùn

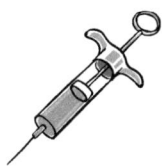

vacinação
àjẹsára

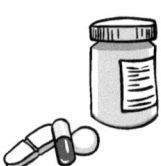

comprimidos
tabulẹti

pílula
òògùn

chamada de emergência
ìpè pàjáwìrì

dispositivo de medição de pressão arterial
atọpinpin ẹ̀jẹ̀ ríru

doente / saudável
àìsàn / lera

hospital - ilé ìwòsàn

emergência
pàjáwìrì

Socorro!   alarme   assalto
Ìrànlọ́wọ́!   ìtanijí   ìlunì

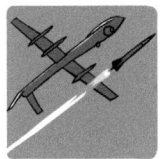  

ataque   perigo   saída de emergência
ìdójukọ   ewu   ìjáde pàjáwìrì

Fogo!   extintor de incêndios   acidente
Iná!   panápaná   ìjàmbá

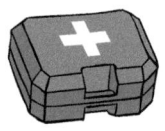  

maleta de primeiros socorros   SOS   polícia
àpótí ìtọ́jú aláìsàn   SOS   ọlọ́pàá

Terra
Ayé

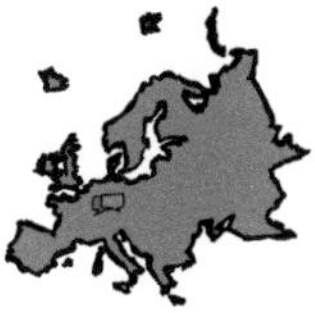

Europa

Yuropu

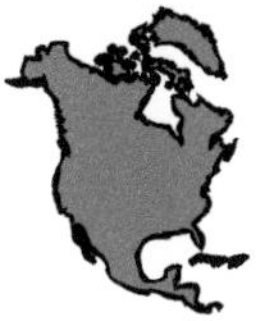

América do Norte

North Amerika

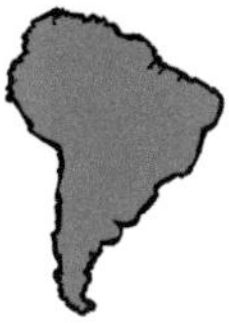

América do Sul

South Amerika

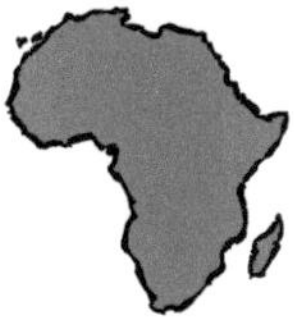

África

Afirika

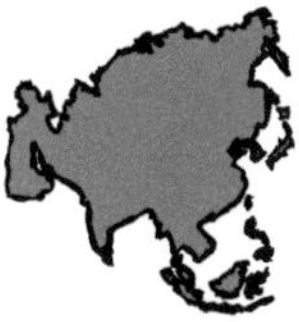

Ásia

Esia

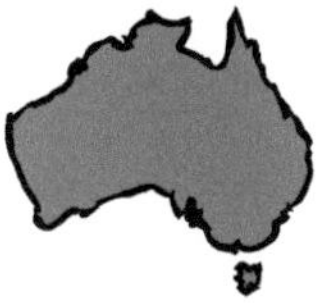

Austrália

Ọsirelia

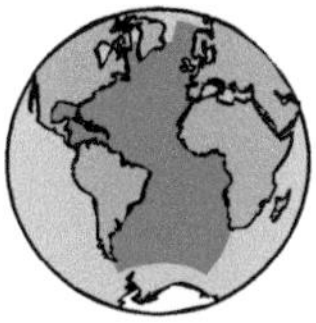

Atlântico

Atlantic

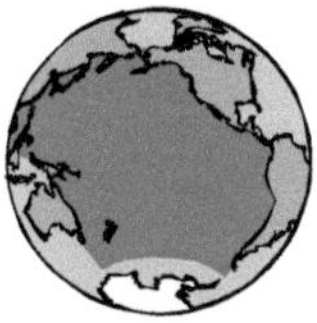

Pacífico

Pacific

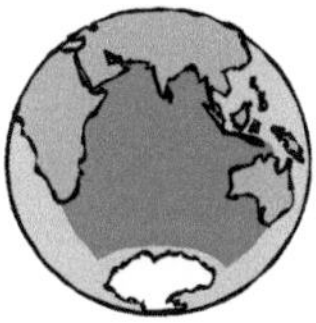

Oceano Índico

Indian Ocean

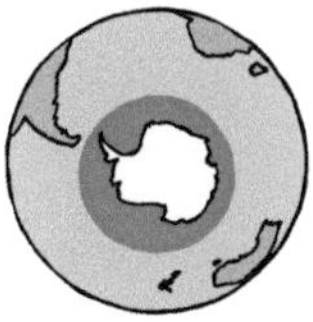

Oceano Antártico

Antarctic Ocean

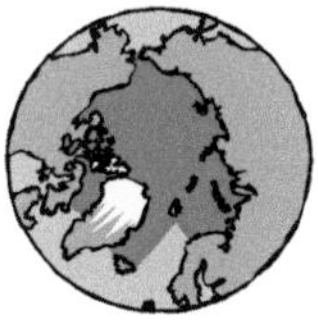

Oceano Ártico

Arctic Ocean

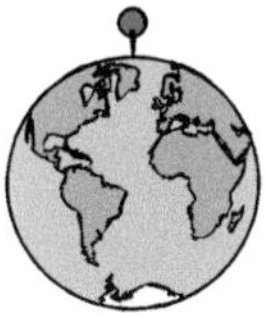

Polo Norte

Òpó Ìlà Òrùn

Polo Sul
Òpó Ìwọ̀ Òrùn

Antártica
Antarctica

Terra
Ayé

terra
ilẹ̀

mar
òkun

ilha
erékùsù

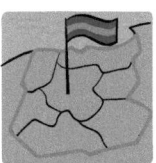
nação
orílẹ̀-èdè

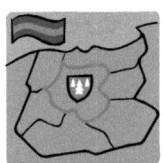
estado
ìpínlẹ̀

relógio
aago

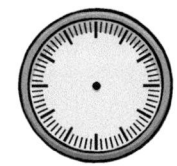

mostrador do relógio

ojú aago

ponteiro das horas

ọwọ́ wákàtí

ponteiro dos minutos

ọwọ́ ìṣẹ́jú

ponteiro dos segundos

ọwọ́ ìṣẹ́jú ààyá

Que horas são?

Kínni aago sọ?

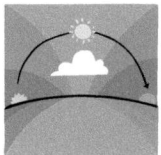

dia

ọjọ́

tempo

àkókò

agora

báyìí

relógio digital

aago onínọ́mbà

minuto

ìṣẹ́jú

hora

wákàtí

semana
ọsẹ̀

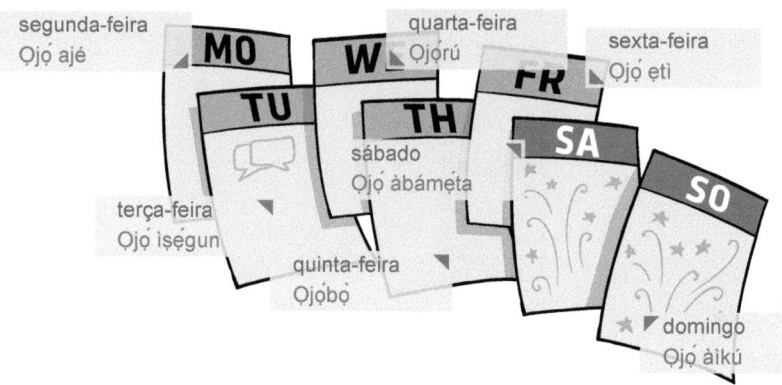

segunda-feira
Ọjọ́ ajé

quarta-feira
Ọjọ́rú

sexta-feira
Ọjọ́ ẹtì

sábado
Ọjọ́ àbámẹ́ta

terça-feira
Ọjọ́ ìsẹ́gun

quinta-feira
Ọjọ́bọ̀

domingo
Ọjọ́ àìkú

ontem
àná

hoje
òní

amanhã
ọ̀la

manhã
àárọ̀

meio-dia
ọ̀sán

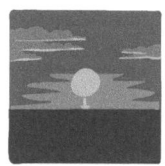
entardecer
ìrọ̀lẹ́

dias úteis
àwọn ọjọ́ iṣẹ́

fim de semana
ìparí ọsẹ̀

semana - ọsẹ̀

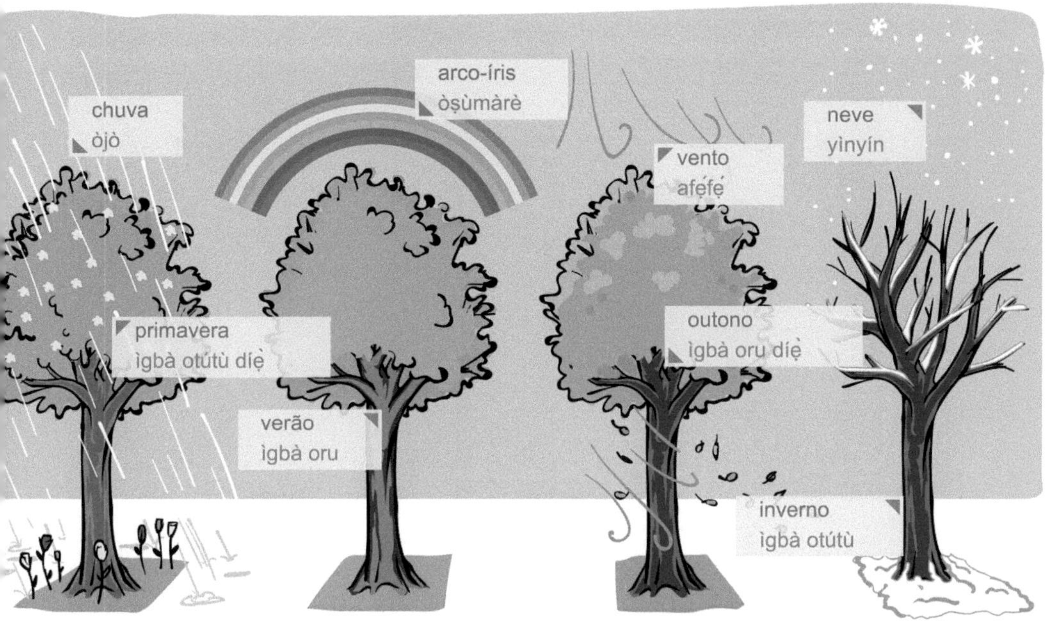

ano
ọdún

- chuva — òjò
- arco-íris — òṣùmàrè
- neve — yìnyín
- vento — afẹ́fẹ́
- primavera — ìgbà otútù díẹ̀
- verão — ìgbà oru
- outono — ìgbà oru díẹ̀
- inverno — ìgbà otútù

previsão do tempo
ìsọtẹ́lẹ̀ ojú-ọjọ́

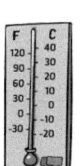

termômetro
ẹ̀rọ ìwọ̀n oru

raio de sol
ìtànsán òrùn

nuvem
òfurufú

neblina / nevoeiro
ọ̀pọ̀lọ́

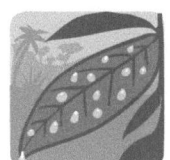

umidade do ar
ọgìnniti

ano - ọdún

relâmpago

iná

trovão

àrá

tempestade

ìjì

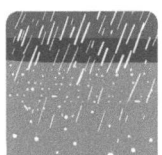

granizo

kùrukùru

monção

afẹ́fẹ́

inundação

àgbàrá

gelo

omi dídì

janeiro

Oṣù kínní

fevereiro

Oṣù kejì

março

Oṣù kẹẹ̀ta

abril

Oṣù kẹẹ́rin

maio

Oṣù kaàrún

junho

Oṣù kẹfà

julho

Oṣù keèje

agosto

Oṣù keẹ̀jọ

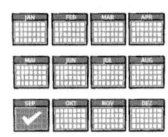
setembro
Oṣù kẹẹ́sán

outubro
Oṣù kẹẹ́wá

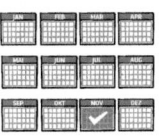
novembro
Oṣù kọkànlá

dezembro
Oṣù kejìlá

formas
àwọn ìrísí

círculo
róbótó

quadrado
onígun mẹ́rin dọ́gba dọ́gba

retângulo
onígun mẹ́rin

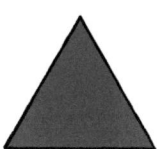
triângulo
onígun mẹ́ta

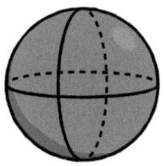
esfera
sifia

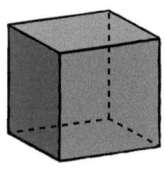
cubo
kubu

cores
àwọn àwọ̀

branco
funfun

amarelo
yẹlo

laranja
olómi ọsàn

rosa
pinki

vermelho
pupa

lilás
pọpu

azul
bulu

verde
aláwọ̀ ewé

marrom
buranu

cinza
rẹsúrẹsú

preto
dúdú

opostos
òdì

muito / pouco
ọ̀pọ̀ / níwọ̀nba

furioso / tranquilo
bínnú / farabalẹ̀

lindo / feio
rẹwà / òbùrẹwà

começo / fim
bíbẹ̀rẹ̀ / òpin

grande / pequeno
ńlá / kékeré

claro / escuro
mọ́lẹ̀ / dúdú

irmão / irmã
arákùnrin / arábìnrin

limpo / sujo
mímọ́ / dọ̀tí

completo / incompleto
parí / àìparí

dia / noite
ọjọ́ / alẹ́

morto / vivo
kú / àyè

largo / estreito
fẹ̀ / tínrín

comestível / não comestível
....
jíjẹ / àìlèjẹ

mau / gentil
....
ibi / dára

entusiasmado / entediado
....
dunnú / sísú

gordo / magro
....
tóbi / tínrín

primeiro / último
....
àkọ́kọ́ / ìgbẹ̀yìn

amigo / inimigo
....
ọ̀rẹ́ / ọ̀tá

cheio / vazio
....
kún / ṣófo

duro / macio
....
le / rọ̀

pesado / leve
....
wúwo / fúyẹ́

fome / sede
....
ebi / òhùngbẹ

doente / saudável
....
àìsàn / lera

ilegal / legal
....
tàpá sófin / bá òfin mu

inteligente / idiota
....
ọlọ́gbọ́n / òmùgọ̀

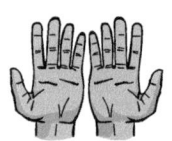

esquerda / direita
....
òsì / ọ̀tún

perto / longe
....
tòsí / jìnnà

opostos - òdì

novo / usado
tuntun / àlòkù

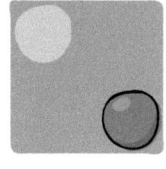

nada / alguma coisa
àìsí nkan / níní nkan

velho / jovem
arúgbó / ọ̀dọ́

ligado / desligado
tàn / kú

aberto / fechado
ṣí / padé

baixo / alto
dákẹ́ / pariwo

rico / pobre
lọ́rọ̀ / tòsì

certo / errado
tọ̀nà / àìtọ̀nà

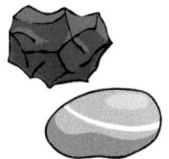

áspero / liso
àìdán / dán

triste / feliz
banújẹ́ / dunú

curto / longo
kúrú / gùn

lento / rápido
lọra / yára

molhado / seco
tutù / gbẹ

ameno / fresco
lọ́wọ́rọ́ / otútù

guerra / paz
ogun / àlàfíà

opostos - òdì

números
nọ́mbà

0 zero — òdo

1 um — méní

2 dois — méjì

3 três — mẹ́ta

4 quatro — mẹ́rin

5 cinco — márùún

6 seis — mẹ́fà

7 sete — méje

8 oito — mẹ́jọ

9 nove — mẹ́sàán

10 dez — mẹ́wàá

11 onze — mọ́kànlá

12
doze
méjìlá

13
treze
mẹ́tàlá

14
quatorze
mẹ́rìnlà

15
quinze
mẹ́dogun

16
dezesseis
marundinlógún

17
dezessete
mẹ́tàdínlógún

18
dezoito
méjidínlógún

19
dezenove
mọ́kàndínlógún

20
vinte
ogún

100
cem
ọgọ́rùún

1.000
mil
ẹgbẹ̀rún

1.000.000
milhão
miliọnu

idiomas
àwọn èdè

inglês
Gẹ̀ẹ́sì

inglês americano
Gẹ̀ẹ́sì Ilẹ̀ Amẹ́ríkà

chinês mandarim
Mandarini Ṣaina

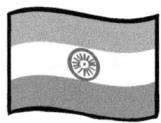

hindi
Hindi

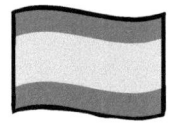

espanhol
Sipaniṣi

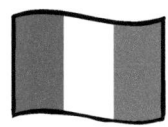

francês
Faransé

árabe
Lárúbáwá

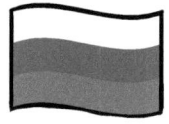

russo
Rọṣia

português
Pọtugi

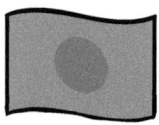

bengalês
Bẹngali

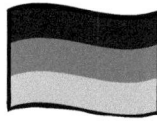

alemão
Jamani

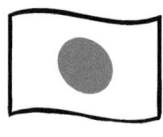

japonês
Japanisi

quem / o quê / como
tani / kínni / báwo

eu
Èmi

você
ìwọ

ele / ela
ọkùnrin / obìnrin / nkan

nós
àwa

vocês
ìwọ

eles / elas
àwọn

quem?
tani?

O quê?
kínni?

como?
báwo?

onde?
níbo?

Quando?
nígbà wo?

nome
orúkọ

onde
níbo

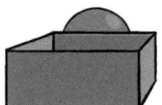

atrás

lẹ́yìn

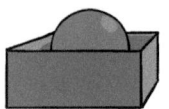

em

inú

na frente de

níwájú

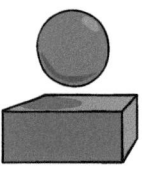

sobre

lókè

em cima

lórí

debaixo

lábẹ́

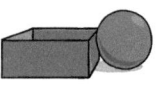

do lado

lẹ́gbẹ́ẹ́

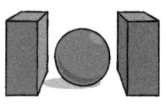

entre

láàrín

lugar

ibi